కన్నీటి సముద్రం

సమాజం నా స్నేహితుడు సమస్య నా శత్రువు

గణేష్ టెవర

రైతన్నలు

$$\textbf{\large 1}$$

పూజచేసి పూజ పూసి

బతుకుకోసం బండి పూసి

బ్రతకలేక బండి క్రింద పడిన

రైతన్నే మనకు రాజన్నంట!

గణేష్ టెవర

I AM A FARMER, NOT A TERRORIST
GOVERNMENT
@/KUWARMAAN

$$\textbf{2}$$

పండించని పంట రాక, పండించలేక

గిట్టు బాటులేక, ఏటు పోలేక

చెట్టు వెతికి, కాటికి వెళ్తున్న

రైతన్నే మనకు రాజన్నంట!

$$3$$

పంట రాక డబ్బులేక, కూడు లేక, గుడ్డ లేక

అప్పు చెయ్యలేక, ఎవరిని అడగాలో తెలియ లేక

బ్రతకలేక, చావలేక పోరాటం చేస్తున్న, మన

రైతన్నే మనకు రాజన్నౌంట!

రైతన్న మనకు రాజన్నంట

రైతుకందరూ సహాయం చేస్తున్నారంట

మరి రైతు ఆత్మహత్యలు ఎందుకంట?

రైతన్నే మనకు రాజన్నంట!

అన్నం పెట్టని పంట, ఆకలి తీర్చని పంట

ఆదుకోలేని పంట, ఐశ్వర్యం తెలేనిపంట

రైతు కంట కన్నీరు తెచ్చిన పంట

రైతన్నే మనకు రాజన్నంట!

⑥

కలం పట్టు, హలం పట్టు

హలము సమస్య ముందుకు నెట్టు

కలము హలము లేని లోక కల్లోలమే

రైతన్నే మనకు రాజన్న.

నీరు పోసి నార తీసిన రైతన్నకు

కలుపు తీసి నాటువేసిన రాజన్నకు

చెయ్యగలిగిన సాయం చేస్తే

రైతన్నే మనకు రాజన్న.

దేశ రక్షకులు

$$\textbf{8}$$

8.జీతం కోసం కాకున్న ,దేశం కోసం బ్రతుకుతున్న

చావు వస్తాది అని తెలిసిన, చావటానికి సిద్ధంగున్న

ఎప్పుడు భరత మాతను తన గుండెల్లో పెట్టుకొని మోస్తున్న

నా వీర జవానుకు జోహార్ జోహార్.

(9)

మంచు పర్వతం ముంచుతుంటే

మాటరాక, మెదలు లేక, కదలు లేక చూస్తుంటే,

భయములేక బెంగపడక కాపలా కాస్తున్న

నా వీర జవానుకు జోహార్ జోహార్.

(**10**)

ఇంటి సరిహద్దు దాటి, సరిహద్దుకు కాపలాకాసి

తన ప్రాణం కన్న ,మన ప్రాణం మిన్న అని,

కళ్లకు నిద్రలేకున్న,కసితో పోరాటం చేస్తున్న

నా వీర జవానుకు జోహార్ జోహార్.

$$\textbf{(11)}$$

ప్రాణం వదిలి, దేశం కోసం కదిలి

కాల్చుతున్న కన్నీరును వదిలి

ప్రజలు కోసం పోరాటం చేస్తున్న

నా వీర జవానుకు జోహార్ జోహార్.

రక్తం బొట్టు నెల చిందిన, కన్నీరు బొట్టును కళ్ళను
దాటనివ్వకున్న

భరత మాతను అగౌరపలిస్తే నీ ప్రాణం ఇస్తానంటున్న

నన్ను ముక్కలు చేసిన, భరత మాటకి జై అంటనంటున్న

నా వీర జవానుకు జొహార్ జొహార్.

సమాజం

చమట చుక్కని చిందుస్తు, దేశానికి వెన్నముకలా
నిలుస్తూ

నాకోసం అనే పదాన్ని వదిలేస్తూ, మన అనే భావనతో
జీవిస్తూ

ప్రాణాలు పోతున్న, తన వృత్తినే నమ్ముకుంట్టు బ్రతుకుతున్న

నా కార్మిక సోదరుడా, నా దేశ రక్షకుడా, నీకు జొహార్
జొహార్.

మందు త్రాగు మర్యాద కోల్పోయి

మత్తులోనే మాట జారిపోయి

మాట జారి పరువు మర్యాద కోల్పోయి

పరువు మర్యాద లేని ప్రాణం ఎందుకని.

(15)

కంటి తడి కంట దాటి నియడు...

గుండెలోన ఆవేదనతో తన గళం విప్పుకున్న ఉండలేడు

జనం కోసం తన ప్రాణాన్ని ఇచ్చేస్తాడు

కానీ ప్రజలు ప్రాణాలు పోతే మాత్రం తట్టుకోలేడు

ప్రజల కోసం ఆకలితో వుంటాడు

కానీ ప్రజలు ఆకలితో వుంటే చూడలేడు

ప్రజలకోసం తను బ్రతుకుతాడు

ప్రజలే తన కుటుంబం అంటు జీవిస్తాడు, నా నాయకుడు.

గణేష్ టెవర

రాజకి ఎదురు లేక పదవులని పంచుకుంటుంటే

యువత ఎదురుతిరగలేక కాళ్ళు ముడుచుకుంటుంటే,

మొరుగుతున్న కుక్కలని కొడుతూ,మీద పడుతున్న
నాయకులని వదిలేస్తున్న,

ఓ యువత మేలుకో నీ ఊరిని బాగుచేసుకో.

మన వాడని ఓటు వేసి,ఓటు విలువ నాశనం చేసి

డబ్బుకు లొంగిపోయి , పిల్లల భవష్యత్తును అమ్ముకోని

చెడుని గెలిపిస్తూ, మంచిని వొడిస్తున్న,

ఓ సామాన్యుడా మేలుకో, ఓటు విలువ తెలుసుకో.

గణేష్ టెవర

(**18**)

పోషించే స్థితి లేనిచో, మందిని పోగు చేయకు

మాట నెరవేర్చలేనిచో, మాట ఇవ్వకు

అధికారం లేనిచో, హద్దులు దాటకు

అహంకారం ఉన్నచో, అది తగ్గించుకొనుట మరవకు.

వందల కోట్లు దోచేసి, వేల అడుగుల వేసి

వరాలు ఇస్తూ వస్తూ, కలలుగా మిగిల్చేస్తూ

మంచి చెస్తానని ప్రమాణం చేసి, మాటలలో మిగిల్చేస్తున్న

ప్రజా ప్రతినిధులుని పాతాళంలో పాతేయండి.

ఆడపిల్ల కనబడుతుంటుంటే, నీవు హద్దులు
దాటుతుంటుంటే

అక్క చెల్లెళ్ళు లేకుంటే, అమ్మనైన గుర్తు తెచ్చుకుంటే,

రక్షకుడిగా మారలేకున్న, రాక్షసుడిగా మారకున్న వుంటావ్

అప్పటికి మారకుంటె, నీవు జంతువని నేను అంటా.

గణేష్ టెవర

ఆడపిల్ల నని మానభంగం చేస్తే

ఒంటరిగా ఉండటం తప్పనుకున్నా.

100 మందిలో మానభంగం చేస్తే,

అందంగా ఉండటం తప్పనుకున్నా.

పసి పాప మీద మానభంగం చేస్తే,

ఈ భూమి మీద మనుషులు కన్నా

మృగాలు ఎక్కువ అని నమ్మి వున్న.

కనికారం లేకున్నా, కన్నీరు తెప్పిస్తున్న

కళ్ళల్లో పెట్టుకున్న బొమ్మని, కనులారా చూడనివ్వకున్న

అన్న అని పిలిచిన జాలి చూపించకున్న

ఇలాంటి సమాజంలో బ్రతకడం కన్న, చావడం మిన్న.

గణేష్ టెవర

పక్క వాడి గురించి చెడుగా మాట్లాడిన వాడిని నమ్మమాకు

పోగొట్టలతో నిన్ను ముంచెత్తు వాడిని నీ పక్కన వుంచమాకు

పాము కాటు కన్న, వాళ్ల మాట చాలా ప్రమాదకరం అని
తెలుసుకో

వాళ్ళు నీ పక్కన వుంటే, నీవు ఈ సమాజంలో బ్రతకడం
కష్టం అని గుర్తుపెట్టుకో.

సాయం అంటే చెప్పు చెయ్యి అందిస్తాను

న్యాయం అంటే చెప్పు నీ తోనే వుంటాను

అవినీతి అంటే చెప్పు దాని అంతు చూస్తాను, ఏదురిస్తాను

ధర్మం అంటే చెప్పు దానిని కాపడుకుంటాను.

గణేష్ టెవర

సమాజంలో బ్రతకాలంటే ప్రయత్నించాలి

సమాజాన్ని బాగు చెయ్యాలంటే ప్రశ్నించాలి

నీవు ఎప్పుడు ప్రయత్నిస్తూనే, ప్రశ్నించాలి

అలా చెయ్యాలి అంటే జనసైనికుడిలా వుండాలి.

అన్యాయాన్ని ఎదిరించలేని అసమర్ధుడ

భయముతో బ్రతుకుతున్న పిరికివాడ

నీలాంటి వాళ్ళు ఈ సమాజంలో ఇంకెన్నొళ్ళు

వీలైతే మారి ప్రశ్నించండి, లేదా చచ్చి భూడిదైపోండి.

గణేష్ టెవర

అడిగిన వాడు లేక అన్యాయంగా దోచుకుంటుంటే

అడగాలనుకున్నవాడిని అన్యాయంగా తొక్కేస్తుంటే

అమ్మ లేని బిడ్డలా, వదిలేయకు నీ ఊరుని అలా

ఓ యువతా మేలుకో, నీ ఊరిని నీవే బాగుచేసుకో.

ఊరికి పెద్ద వాడని ఊరి సొమ్మని వూడ్చేస్తుంటుంటే

పదవిలోన వున్నొడని, ప్రయోజనం కోసం పదిమందిని
తొక్కేస్తుంటుంటే

అంత చేసిన అతడినే నాయకుడిగా నిలబెడుతున్న

ఓ యువత మేలుకో, నీ ఊరిని నీవే బాగుచేసుకో.

   గణేష్ టెవర

నా చావు వేరే వాడికి కోపాన్ని ఇవ్వాలి కాని, కన్నీరు కాదు

నా చావు ఒక సైన్యాన్ని తయారు చెయ్యాలి కాని, చేతకాని సన్న్యాసులను కాదు

నా చావు మీ గుండెల్లో ధైర్యాన్ని నింపాలి కాని, భయాన్ని కాదు

నా చావుతో నేను మాత్రమే పోవలికాని...ప్రజలు కోసం చేసిన పోరాటాలు మాత్రం కాదు.

గణేష్ టెవర

అనవసరమైన మాట

ఆకలి లేని తిండి

అవసరం లేని ఆవేశం

మనిషికి మంచిది కాదు.

కొడుకును కన్నావాని ములిసిపోకు

గారాబం చేసి పాడుచేసుకోకు

నీ ముద్దు హద్దులు దాటిన చో

కొడుకు కఠిన చర్యలకు బలి అవ్వటం తప్పదనుకో.

$$\textbf{(32)}$$

పని వాడని తక్కువుగా చూస్తుంటుంటే

పనివాడు లేకుంటే మనం పనికిరామ్ అని
తెలియకుంటుంటె

ఒక్కసారి వాడి పని చేసి చూడు, వాడి విలువ తెలిసేను
నాడు

అవసరానికి సాయం చెయ్యలేకున్న, ఆప్యాయతగ
మాట్లాడుతుంటుండు.

స్వార్థం కోసం, సంసారం కోసం

పదవులు కోసం, తరాలు కోసం

సామాన్యుడిని తొక్కుతూ, సాదు సంపన్నుడు అవుతున్న

ప్రజా ప్రతినిధులను, పాతాళంలో పాతేయండి.

గణేష్ టెవర

పదవుల కోసం మాయ మాటలు చెప్పి

పరిపాలన రాక మాటలు మార్చి

ప్రజలకోసం కాకున్న, ప్రజాధనం కోసం పని చేస్తున్న,

ప్రజా ప్రతినిధులుని, పాతాళంలో పాతేయండి.

మన వాడని ఓటు వేసి, ఓటు విలువ నాశనం చేసి

డబ్బుకు లొంగిపోయి, పిల్లల భవిష్యత్తును అమ్ముకొని

చెడును గెలిపిస్తూ మంచిని ఓడిస్తున్న

ఓ సామాన్యుడా మేలుకో, ఓటు విలువ తెలుసుకో.

(36)

పదవులు వచ్చాయని పొగరు చూపించకు

అవి రాకముందు ఎలా వున్నావో అలా ఉండటం మర్చిపోకు

పదవులు ఎప్పుడు పరిమితం కాదని తెలుసుకో

అవి వున్న లేకున్న ఎదుటి వారు ఇచ్చిన గౌరవమే
పరిమితం అని గుర్తుపెట్టుకో.

(37)

ఐదేళ్ల పదవి గాడు, అదికారం వున్న వాడు.

అజ్ఞానంతో వున్నవాడు, అంధకారంలోకి నెట్టగలుడు.

విజ్ఞానంతో ఉన్నవాడు, ఆయువును పోయగలుడు.

అహంతో వున్నవాడు, అహంకారం చూపుతాడు.

ఆలోచనతో ఉన్నవాడు. కొత్త బాటలు వేస్తుంటాడు.

ప్రజలనుంచి వచ్చినవాడు, ప్రజల కష్టాలను తీర్చుతాడు.

పదవి నుంచి వచ్చినవాడు, ప్రజలను పీల్చుకు తింటాడు.

ఐదేళ్ల పదవి గాడు, అభికారం వున్నవాడు.

ఆలోచించు నేడు, ఓటు ఎవరీకి వెయ్యలో నాడు

గణేష్ తెవర

నీవెనక ఎవరో వస్తారని ఎప్పుడు అనుకోకు

నీవే ఒక సైన్యం అని కుర్తుపెట్టుకోవటం మల్చిపోకు

నీవు ఎప్పుడు ఆయుధాలు కోసం చూడమాకు

నీ మెదడే ఒక మహా ఆయుధం అని తెలుసుకో, నీ నోటి
మాటే కత్తి పోటులా మార్చుకో.

ప్రజల కోసం, ప్రజలలోనికి వచ్చిన,

పదవి లేక పోయిన ప్రజాహితుడిని ప్రశ్నిస్తున్న,

పదవి రాకపోయిన, ప్రజలు కోరుకుంటున్న.

ప్రజా ప్రతినిదికి జోహార్ జోహార్.

ఒక్క సారి నమ్మి ఓటు వేసి చూడు,

న్యాయం జరగకపోతే చెప్పుతీసి కొట్టునాడు.

మరలా వాడికి ఓటు వేసినావో, నీ చెప్పుతో నీవే
కొట్టుకుంటుండు,

మోసం చెయ్యటం వాడి వృత్తేమో కాని మోసపోవడం నీ వృత్తి
కాదని తెలుసుకో.

హోదాలో వున్నావు అని అక్కస పడకు

యవడు ఏమి చేస్తాడు అని విర్రవీగకు

అవతలి వాడు తెగించి తిరగ బడలేక కాదు

తిరగబడితే నువ్వు వుండవు అని తెలుసు గనుక.

మనిషి పుట్టక పుట్టినందుకు మదనపడు

అదే మనిషి అన్యాయం చేసినప్పుడు తిరగబడు

అలొకాక మనకెందుకులే అని ఉన్నావో

నిప్పులలో దూకి తగలబడు.

యువత మెల్కొవలి

పాలన మార్చుకోవలి

లేకపోతే...

ప్రపంచమే అంతరిచిపోవలి

కొత్తతరం పునర్జన్మించాలి

అప్పుడైనా ఒక మంచి నాయకుడు జన్మించాలి.

ఒక మనిషికి కోపం వస్తే అది ఆవేశం

ఒక నాయకుడికి కోపం వస్తే అది ఉద్యమం.

ఆవేశం అనార్థలుకు దారి తీస్తుంది

అదే ఉద్యమం ఒక చలిత్రనే తిరగ రాస్తాది.

Never think as common man, always think as leader

మనం చేయాల్సింది భానిసత్వం కాదు యుద్ధం పోరాటం

అది అమాయకుల మీద కాదు,అన్యాయం మీద

మనం చచ్చినంతవరకు కాదు, న్యాయం వచ్చినంతవరకు,

అలా జరగాలి అంటే ...

ప్రజలలో ప్రశ్నించే తత్వం,తిరుగు బాటు తనం రావాలి...
సమాజం మారాలి.

  గణేష్ టెవర

ప్రజలతో రాజకీయం చెయ్యం

ప్రజల కోసం రాజకీయం చేస్తాం.

జనసైనికుడై కదిలి వస్తాం

జనసేనాని తో అడుగులు వేస్తం

నవ సమాజాన్ని నిర్మిస్తాం.

జై జనసేన

జై హింద్

యుద్ధంలో మాటలు విసముల్లా వుండాలి

న్యాయస్థానంలో మాటలు వెన్న పూసల వుండాలి

నలుగురిలో మాటలు నవ్వుతూ వుండాలి

అందరిలో నీ మాటలు నీతి నిజాయితీగా వుండాలి.

ఏడ వున్నాడు నా నాయకుడు...ఏడ వున్నాడు నా పాలకుడు

కష్టం అంటే కానరాడు...సాయం అంటే చేతకాదు

పత్రికలో పలకరిస్తాడు...ఘోన్లలో పరామర్శిస్తాడు

ఎన్నికలు వుంటే వెంటవుంటాడు...అవిపోతే వెతికినా
కనబడడు

ఏడ వున్నాడు నిజమైన నాయకుడు...ఏడ వున్నాడు నా
నిజమైన పాలకుడు.

పార్టీలు మారినా పరిపాలన మారేనా

ప్రజలు మారేనా,వాళ్ల తలరాతలుమారేనా?

డబ్బుకి లోగిపాయి ఓటుకి అమ్ముడిపోతుంటే

మార్పు అనే పదం మాటల్లో తప్ప, చేతల్లో వుండదు, కంటికి
కనబడదు.

మనిషికి ...

కండల్లో బలం కాదు గుండెల్లో ధైర్యం కావాలి

ఎదుట వాళి ముందు అమాయకత్వం కాదు...అన్యాయాన్ని
ఏదురించే తత్వం కావాలి

ధనం తన సర్వశం కాకూడదు...ధర్మమే తన ప్రాణం కావాలి

ఆస్తుల్లో వాటాలు కాదు...మాటల్లో విలువలు వుండాలి

అలా వుండాలి అంటే సమాజం పట్ల భయం భాధ్యత
వుండాలి.

గణేష్ టెవర